DẠY CON TỪ THUỞ CÒN THƠ

Bắt Đầu Từ Tình Yêu

Một hướng dẫn để nuôi dạy trẻ em

có lòng tự trọng, bản lĩnh và niềm vui.

By Lương Hoàng Anh

Vancouver, tháng 7 năm 2025.

MỤC LỤC

VỀ TÁC GIẢ

MS. LƯƠNG HOÀNG ANH

Kinh nghiệm làm việc:

2001–Hiện tại:

- **Nhà sáng lập & Giám đốc điều hành**, *Stella Ivy Cosmetics Canada Inc. –* www.glacyo.com
- **Thành viên**, Đội Hỗ Trợ Thiên Tai thành phố Vancouver
- **Nhà tài trợ & Giám đốc**, Quỹ học bổng của Hội Chuyên gia Việt Nam tại British Columbia (VPABC)
- **Nhà tài trợ**, Quỹ Phát triển Giáo dục Thành phố Hồ Chí Minh

2013

- **Nhà sáng lập & Tổng giám đốc**, *Công ty Hoàng Kim Gia* (Dịch vụ tư vấn doanh nghiệp)

2006

- **Nhà sáng lập & Tổng giám đốc điều hành**, *Trường Quốc tế Tài năng Trẻ Sáng tạo*

2002

- **Nhà sáng lập & Chủ tịch** Stella *Ivy Cosmetic* (Nhà phân phối độc quyền của ORIFLAME tại Việt Nam)

2001

- **Nhà sáng lập & Chủ tịch** *LUX Việt Nam* (nay là LUX HOUSE, Nhà phân phối độc quyền của Tập đoàn VORWERK tại Việt Nam)
- **Nhà sáng lập & Giám đốc điều hành**, *Công ty Phát triển Ý tưởng* (Dịch vụ Tài trợ Dự án & Giá trị Thương hiệu)
  - **Các dự án chính bao gồm:**
    - Park Hyatt Saigon – DV Tài trợ dự án
    - Bệnh viện Pháp Việt, Thành phố Hồ Chí Minh –DV Tài trợ dự án
    - Atlas Copco Việt Nam – Quản lý thương hiệu & Chiến lược đấu thầu
    - Ngân hàng TMCP Á Châu (ACB) – Thành lập Trung tâm dịch vụ VIP & Sản phẩm cấu trúc.

Lưu ý: Công ty Phát triển Ý tưởng đã đóng cửa vào năm 2012

1999–2001

- **Cán bộ đầu tư & quan hệ công chúng** , *Ngân hàng Thế giới – IFC/MPDF*

  - **Các dự án với tư cách là Trưởng dự án:**
    - Thành lập Công ty Chứng khoán ACB
    - Xây dựng năng lực cho nhiều doanh nghiệp vừa và nhỏ (ví dụ: Nội thất TCT, Sơn JOTON, Giấy LE HOA, Nhiên liệu VILUBE)
    - Chương trình đào tạo cho Ủy ban Chứng khoán Nhà nước Việt Nam
    - Tổ chức họp báo cho Tiến sĩ James Wolfensohn, Chủ tịch Ngân hàng Thế giới, trong chuyến thăm Việt Nam (năm 2000)

1996–1999

- **Kinh Doanh Tiền Tệ, Định Chế Ngân Hàng & Quan Hệ Công Chúng**, *Ngân hàng Standard Chartered*

1994–1996

- **Phóng viên & phó biên tập viên**, *Saigon Times Daily – Ban Trực Tuyến*

1993–1994

- **Thư ký & PR**, *TEXTIMEX (nay là VINATEX), Phòng Đầu tư*

1989–1993

- Trong thời gian học đại học, tôi làm phiên dịch viên bán thời gian cho Thương Vụ Ý, Lãnh sự quán Thụy Điển và EuroCham.

Học vấn & Chứng chỉ:

- **Cử nhân, Giảng viên Ngoại ngữ**, Đại học Sư phạm Thành phố Hồ Chí Minh
- **Cử nhân Tài chính Ngân hàng**, Đại học Kinh tế Thành phố Hồ Chí Minh
- **Thạc sĩ Kế toán Quốc tế**, Đại học Swinburne, Úc
- **Chứng chỉ Báo chí Chuyên nghiệp**, Hội Nhà báo Thành phố Hồ Chí Minh
- **Chứng chỉ Phân tích và Đầu tư Chứng khoán**, Ủy ban Chứng khoán Nhà nước Việt Nam
- **Chứng chỉ Phân tích Dự án Đầu tư**, IFC / Ngân hàng Thế giới

Ngôn ngữ

- Tiếng Việt, tiếng Anh, tiếng Trung

Sự khác biệt về học thuật:

- Học sinh lớp chuyên trường THPT Marie Curie (1987–1989), điểm thi tuyển sinh: 33/40

LỜI CẢM ƠN

Xin cảm ơn ông bà ngoại của Lu, Li và Ghini vì tình yêu thương vô bờ bến và sự hiện diện vững chắc trong cuộc sống của các cháu.

Cảm ơn các con yêu quý của mẹ — Lu, Li và Ghini — vì lòng tốt, sự chăm chỉ, sự thấu hiểu và tình yêu thương sâu sắc mà các con dành cho nhau. Các con đã sát cánh bên mẹ vượt qua mọi thử thách. Các con là tình yêu lớn nhất của đời mẹ.

Xin chân thành cảm ơn trợ lý ảo Nguyệt Yên, vì đã biên tập và dịch cuốn sách này sang tiếng Anh.

GIỚI THIỆU

Đây không phải là một cuốn sách về lý thuyết nuôi dạy con cái. Nó cũng không phải là cẩm nang nuôi dạy những đứa trẻ thành đạt, tài năng hay nổi tiếng.

Đây là một hành trình có thật. Câu chuyện về một người mẹ đơn thân nuôi ba đứa con, một mình, từ khi mang thai đến khi trưởng thành. Một câu chuyện về cả vai trò làm cha lẫn làm mẹ. Về những sai lầm, học hỏi qua từng bước đi, rơi lệ và trưởng thành cùng các con.

Mỗi trang sách chứa đựng một bài học được đúc kết từ trải nghiệm sống. Đó là những suy ngẫm được đúc kết từ những sai lầm và khoảnh khắc ý nghĩa, những lúc tôi chứng kiến con mình trưởng thành nhờ tình yêu thương và lòng tự trọng mà chúng vun đắp cho chính mình. Tôi viết những dòng này như thể đang gửi một lá thư cho chính mình hồi trẻ: một người phụ nữ đang bối rối, nhưng luôn cố gắng làm những gì mình cảm thấy đúng đắn cho con mình.

Tôi sinh ra trong một gia đình trí thức, thấm nhuần truyền thống Nho giáo. Gia đình kỳ vọng tôi sẽ trở thành một "hạt giống đỏ", một người sẽ mang lại niềm tự hào và vinh quang cho gia đình. Tôi đã đáp ứng được những kỳ vọng đó, ít nhất là lúc đầu, với bằng Giáo dục và Tài chính, và sau đó là bằng Thạc sĩ Kế toán Quốc tế. Tôi làm việc với tư cách là chuyên viên đầu tư tại IFC/Ngân hàng Thế giới, được bao quanh bởi những chức danh danh giá và cơ hội đầy hứa hẹn.

Giữa lúc sự nghiệp đang ở đỉnh cao, với biết bao người theo đuổi, tôi đã chọn một lựa chọn hoàn toàn khác. Tôi từ bỏ tất cả để trở thành một bà mẹ đơn thân. Tôi mang thai hai cô con gái sinh đôi, Lu và Li, và tôi đã quyết định như vậy mà không hề kết hôn.

Ở Việt Nam thời đó, việc phụ nữ chưa chồng sinh con bị coi là chuyện tai tiếng. Thậm chí còn đáng lo ngại hơn với một số người là ý tưởng về một người phụ nữ có thể tự xây dựng và làm chủ cuộc sống của mình mà không cần đàn ông. Để giữ bình yên và tránh sự soi mói của dư luận, tôi giữ bí mật việc mang thai cho đến tháng thứ tư. Sau đó, tôi chuyển đến một bệnh viện phụ sản tư nhân, tốt nhất Thành phố Hồ Chí Minh, và ở đó lặng lẽ cho đến khi sinh con. Không ai thấy tôi mang thai. Đó là một chương cô đơn, đúng vậy, nhưng cũng là một chương bình yên và vô cùng viên mãn.

Tôi tin rằng trẻ em không cần cha mẹ hoàn hảo.

Các em cần những người lớn biết yêu thương một cách khôn ngoan. Những người sẵn sàng trưởng thành. Những người biết khi nào nên lùi lại. Những người dạy dỗ không chỉ bằng lời nói, mà còn bằng cách sống cuộc sống thường nhật.

Nếu bạn là cha mẹ đã mắc sai lầm và vẫn muốn trưởng thành, nếu bạn tin rằng nuôi dạy con cái cũng là con đường thay đổi bản thân thì cuốn sách này là dành cho bạn.

CHƯƠNG I

GIÁO DỤC TRƯỚC KHI SINH THÔNG QUA TÌNH YÊU

Ngay khi biết mình có thai, tôi bắt đầu sống khác đi.

Không phải vì ai đó bảo tôi làm vậy, mà vì một bản năng thiêng liêng, một nhận thức rằng mọi cảm xúc, suy nghĩ, hành động, thậm chí cả thức ăn và hơi thở của tôi, đều sẽ gieo mầm cho tương lai của con tôi.

Mỗi khoảnh khắc người mẹ sống là một thông điệp gửi đến tử cung.

Đó chính là sự khởi đầu thực sự của giáo dục.

1. Nuôi dưỡng em bé bằng năng lượng sống của mẹ.

Với tôi, giáo dục trước khi sinh không bao giờ chỉ là chơi nhạc Mozart hay tập yoga để giúp em bé "thông minh hơn".

Đó là sống mỗi ngày một cách có chủ đích, biết rằng ngay cả đứa trẻ chưa chào đời cũng hấp thụ mọi rung động từ người mẹ.

Tử cung là môi trường đầu tiên của trẻ.

Và trạng thái tinh thần của người mẹ trở thành thế giới đầu tiên của đứa bé.

Thai nhi không chỉ là một cụm tế bào; nó là một sinh vật sống, vô cùng nhạy cảm, hấp thụ cảm xúc của người mẹ như một miếng bọt biển.

Khi người mẹ cảm thấy niềm vui và sự hiện diện, năng lượng đó sẽ trở thành chất dinh dưỡng thầm lặng nuôi dưỡng tâm hồn em bé.

Nhưng khi trẻ mang trong mình nỗi sợ hãi, đau buồn, cay đắng hoặc oán giận, những cảm xúc đó có thể trở thành "chấn thương tiền lời nói". Những vết thương này không thể diễn tả bằng lời nhưng có thể in sâu vào tâm hồn trẻ.

Đây là lý do tại sao trong suốt thời gian mang thai, tôi chọn sống đơn giản và bình yên.

Tôi tránh xa những chuyện kịch tính, tin tức gây khó chịu và những người nói năng tàn nhẫn hoặc liên tục phàn nàn.

Tôi chăm sóc cơ thể và tâm trí mình như thể chúng là mảnh đất thiêng liêng, nuôi dưỡng một thứ gì đó quý giá.

Tôi chưa bao giờ cố gắng trở thành một người mẹ hoàn hảo.

Tôi chỉ cố gắng sống tử tế với chính mình, vì tôi tin rằng đó là cách tốt nhất để làm mẹ của đứa con mình.

Khi người mẹ học cách yêu bản thân mình, đứa con của cô ấy cũng sẽ bắt đầu học cách yêu bản thân ngay từ trong bụng mẹ.

2. Đừng cố gắng dạy dỗ, hãy trở thành người mà bạn muốn con mình trở thành.

Trẻ sơ sinh không học được từ lời nói.

Trẻ em học hỏi từ năng lượng của bạn, từ cách bạn nhìn thế giới, cách bạn hít thở khi thất vọng, cách bạn tha thứ và cách bạn sống trung thực với chính mình.

Và quá trình học này không bắt đầu khi đứa trẻ biết nói.

Nó bắt đầu từ trong bụng mẹ.

Giáo dục tiền sản không phải là một kỹ thuật. Đó là một cách sống.

Bạn không cần phải trở thành giáo viên.

Chỉ cần sống một cuộc sống chính trực, bạn sẽ là bài học đầu tiên và tốt nhất cho con mình.

Tôi đã từng viết:

"Giáo dục trước khi sinh là hành trình người mẹ nuôi dưỡng bản thân bằng tình yêu thương, chánh niệm và trí tuệ.

Việc chăm sóc em bé bắt đầu bằng việc chăm sóc chính bản thân bạn."

Và tôi vẫn tin vào điều đó cho đến ngày nay.

3. Cảm xúc của người mẹ là chương trình đầu tiên của em bé.

Khoa học thần kinh hiện đại đã xác nhận những gì mà các bà mẹ đã cảm nhận từ lâu.

Thai nhi phản ứng với nhịp tim, sóng não và sự thay đổi hormone của mẹ.

Khi bị căng thẳng, cơ thể mẹ sẽ giải phóng cortisol và adrenaline, những chất hóa học có thể ảnh hưởng đến sự phát triển não bộ và hệ miễn dịch của thai nhi.

Khi người mẹ vui vẻ, oxytocin và serotonin tạo ra cảm giác an toàn, ấm áp và bình yên trong bụng mẹ.

"Trước khi con kịp nói, con đã cảm nhận được rồi.

Vì vậy, tôi đã học cách sống bình yên, để con có thể lớn lên trong sự ấm áp trước khi hít thở hơi thở đầu tiên."

4. Gốc rễ của lòng tự trọng bắt đầu từ việc được thụ thai trong tình yêu.

Một đứa trẻ được chào đón đến thế giới bằng tình yêu thương vô điều kiện sẽ bắt đầu cuộc sống với ý thức mạnh mẽ về lòng tự trọng.

Con biết rằng con được trân trọng.

Con hiểu, thậm chí trước cả khi con nhớ ra, rằng con không phải là một sai lầm.

Lòng tự trọng không thể được dạy sau này.

Phải gieo trồng ngay từ đầu, từ trái tim của người mẹ.

Đó là lý do tại sao, trong mỗi lần mang thai, dù có khó khăn đến đâu, tôi cũng không bao giờ nói rằng,

"Vì con mà mẹ phải chịu đau khổ."

Tôi không bao giờ muốn con mình cảm thấy như một gánh nặng.

Con đến với tôi như một phước lành và tôi luôn biết ơn.

5. Bắt đầu bằng cách quay vào bên trong.

Tôi không muốn biến việc chăm sóc trước khi sinh thành một thói quen tâm linh gây áp lực cho các bà mẹ.

Hoàn toàn ngược lại.

Tôi muốn nhắn nhủ với mọi bà mẹ đang mang thai: hãy sống nhẹ nhàng và trung thực.

Hãy dành thời gian lắng nghe nội tâm. Hãy tha thứ cho chính mình.

Hãy trân trọng những niềm vui nhỏ bé. Hãy buông bỏ những kỳ vọng không có lợi cho bạn.

Bởi vì khi người mẹ bình tĩnh, đứa trẻ sẽ trở nên bình tĩnh.

Một đứa trẻ được nuôi dưỡng trong hòa bình và tình yêu thương sẽ kiên cường hơn bất kỳ đứa trẻ nào chỉ được dạy bằng phương pháp.

6. Thực hành hít thở sâu và thiền định, rèn luyện sự bình tĩnh từ bên trong.

Một trong những cách đơn giản và hiệu quả nhất để nuôi dưỡng con bạn bằng tình yêu thương là thông qua việc hít thở và thiền định hàng ngày.

Hơi thở là cầu nối giữa cơ thể và tâm trí.

Khi người mẹ hít thở chậm và sâu, hệ thần kinh phó giao cảm của mẹ sẽ hoạt động. Điều này giúp xoa dịu cảm xúc, giảm căng thẳng và truyền sự bình yên trực tiếp đến em bé.

Mỗi buổi sáng hoặc buổi tối, tôi dành ra 30 phút.

Tôi hít thật sâu qua mũi, thở ra từ từ qua miệng và để vai và tâm trí được thư giãn.

Không điện thoại. Không tin tức. Chỉ có tiếng chim hót, tiếng lá xào xạc, và hơi thở, gột rửa tâm trí tôi như một cơn mưa nhẹ.

Vào ban đêm, tôi ngồi lặng lẽ trên giường, nhắm mắt và đặt tay lên bụng, chỉ lắng nghe.

Lắng nghe hơi thở của mình.

Lắng nghe nhịp đập nhỏ bé bên trong.

Thỉnh thoảng, em bé lại cử động như thể đang thì thầm đáp lại.

Bạn không cần phải là chuyên gia về thiền định.

Ngay cả mười phút yên tĩnh mỗi ngày, chỉ dành cho bản thân và em bé, cũng là một món quà thiêng liêng.

7. Ăn uống khoa học, nuôi dưỡng bé bằng chế độ dinh dưỡng cân bằng.

Mang thai không phải là việc "ăn cho hai người".

Đó là việc ăn uống một cách chánh niệm, có nhận thức, cân bằng và yêu thương.

Trong suốt hai lần mang thai, tôi đã tuân theo một số nguyên tắc cốt lõi sau:

- Ăn năm đến sáu bữa nhỏ mỗi ngày để ổn định năng lượng và giảm khó chịu.
- Chọn thực phẩm tự nhiên, nguyên chất: rau lá xanh, ngũ cốc nguyên hạt, trái cây tươi, cá biển sâu, trứng, sữa thực vật, các loại hạt, hạt giống và các loại đậu.
- Tránh các thực phẩm chế biến như nước ngọt, mì ăn liền, đồ hộp và đồ ăn nhẹ có đường vì chúng thường chứa các chất phụ gia có hại.
- Uống ít nhất hai lít nước mỗi ngày, bao gồm nước lọc, nước dừa tươi hoặc nước ép tự nhiên không đường.
- Hạn chế đường và tinh bột nhanh. Thay vì cơm trắng hoặc bánh mì, tôi dùng gạo lứt, yến mạch hoặc khoai lang để hỗ trợ tốt hơn cho não bộ và hệ miễn dịch của bé.
- Tránh xa caffeine và chỉ sử dụng thực phẩm bổ sung theo đơn của bác sĩ đáng tin cậy.

Ăn với tình yêu thương là một cách khác để nói rằng:

"Mẹ quan tâm đến tương lai của con và đang nuôi dưỡng con bằng từng miếng ăn."

8. Chuẩn bị tinh thần, buông bỏ nỗi sợ hãi và áp lực.

Làm mẹ thường bắt đầu bằng sự lo lắng.

Tôi nhớ mình đã nhiều đêm thao thức và tự hỏi:

"Liệu con tôi có khỏe mạnh không?"

"Tôi có đủ tốt để làm mẹ không?"

"Nếu tôi không thể mang lại hạnh phúc cho con mình thì sao?"

Nhưng theo thời gian, tôi bắt đầu nhìn nhận mọi thứ theo cách khác.

Trẻ em không cần cha mẹ hoàn hảo.

Trẻ cần những bậc cha mẹ sẵn sàng giúp trẻ trưởng thành, biết thừa nhận lỗi lầm và luôn bên cạnh trẻ bằng tình yêu thương và lòng can đảm.

Sau đây là một số niềm tin mà tôi đã áp dụng để bảo vệ sự bình yên của mình:

- Hãy bỏ qua sự so sánh. Mỗi người mẹ đều có con đường riêng của mình.
- Hãy tử tế với nhau trong những ngày mệt mỏi. Ngay cả câu nói "Hôm nay mẹ mệt, nhưng mẹ vẫn ở đây bên con" cũng chứa đựng tình yêu thương.
- Nói không với áp lực bên ngoài. Tôi ngừng xem tin tức độc hại và chọn đọc những cuốn sách nuôi dưỡng tinh thần.

Quan trọng nhất là tôi đã ngừng xem con mình như một dự án cần phải thành công.

Thay vào đó, tôi bắt đầu coi con như những tâm hồn đến để cùng tôi trưởng thành, để cả hai chúng tôi có thể học cách trở thành những con người tốt hơn, nhân ái hơn.

CHƯƠNG II

LÒNG TỰ TRỌNG BẮT ĐẦU TỪ CHIẾC THÌA

"Lòng tự trọng không phải là thứ có thể dạy sau này. Đó là hạt giống phải được gieo trồng ngay từ khi con bạn học cách cầm chiếc thìa đầu tiên."

Ăn uống: Bài học đầu tiên về lòng tự trọng.

Không phải là đọc, nói hay đi.

Bài học đầu tiên của cuộc sống là học cách ăn.

Khi dạy con ăn, tôi không chỉ tập trung vào việc thỏa mãn cơn đói.

Tôi muốn con hiểu rằng:

- Con không nên trông cậy vào người khác để tự mình làm những việc có thể làm.
- Con tôn trọng cơ thể của chính mình.
- Con tránh đặt gánh nặng không cần thiết lên người khác khi con có khả năng.

Khi con được một tuổi, tôi khuyến khích con tự cầm thìa và ăn. Không đút thìa cho con.

Bạn bè và người thân đều ngạc nhiên, thậm chí có người còn chỉ trích:

"Sao phải làm khó thế? Cứ đút cho nhanh."

Nhưng tôi lại thấy khác.

Không có gì buồn hơn một đứa trẻ lớn lên mà không biết cách chăm sóc bản thân, ngay cả trong những việc cơ bản như ăn uống.

Đút ăn bằng thìa so với tự ăn: Trải nghiệm đầu tiên về sự độc lập của trẻ

Khi trẻ học cách tự ăn, trẻ sẽ bắt đầu tin tưởng vào khả năng của mình.

Thức ăn bị đổ, tay run rẩy, quần áo bẩn thỉu, đây không phải là thất bại.

Chúng là dấu hiệu của sự trưởng thành, giai đoạn đầu của việc khám phá giới hạn cá nhân và học cách vượt qua chúng.

Sự hối tiếc của một người mẹ: Khoảnh khắc dạy tôi mọi thứ.

Khi con gái tôi, Li, được ba tuổi, cháu ọe ra sàn nhà sau bữa ăn.

Trong lúc hoảng loạn, tôi theo bản năng đẩy con ra vì sợ làm dơ mình.

Nhưng rồi tôi nhìn thấy đôi mắt con, sợ hãi, buồn bã, bối rối.

Khoảnh khắc đó ám ảnh tôi trong nhiều năm.

Bởi vì không có gì "ô uế" hơn việc quay lưng lại với con khi chúng dễ bị tổn thương nhất, khi chúng cần sự an ủi của bạn chứ không phải nỗi sợ hãi của bạn.

Khoa học đằng sau việc tự chăm sóc bản thân ở trẻ nhỏ.

Các chuyên gia về giáo dục mầm non như Maria Montessori đã chỉ ra rằng:

"Mọi kỹ năng tự chăm sóc được học trong những năm đầu đời không chỉ là một nhiệm vụ thể chất; mà còn là nền tảng để xây dựng lòng tự trọng."

Khi một đứa trẻ học cách tự ăn, mặc quần áo hoặc tắm rửa, chúng bắt đầu tin rằng:

"Tôi quan trọng. Tôi có thể tự chăm sóc bản thân mình."

Niềm tin thầm lặng đó trở thành cốt lõi của lòng tự trọng không phụ thuộc vào lời khen ngợi hay thành tích bên ngoài.

Nó sẽ ở lại với con suốt đời.

Giờ ăn không chỉ là dinh dưỡng; nó còn dạy chúng ta nhận thức.

Tôi không bao giờ để con tôi vừa ăn vừa xem phim hoạt hình.

Bởi vì tôi muốn con hiểu rằng ăn uống là một nghi thức chánh niệm, chứ không phải là một thói quen mất tập trung.

Các con đã học cách:

- Ăn với lòng biết ơn
- Dừng lại khi thấy no
- Ăn uống gọn gàng, thể hiện sự tôn trọng đối với thức ăn và những người ngồi cùng bàn

Giờ ăn đã giới thiệu cho con:

- Giới hạn
- Tự điều chỉnh
- Hành vi xã hội

Kỷ luật mà không cần la hét hay ép ăn.

Trẻ em sẽ có những ngày không muốn ăn.

Chúng sẽ làm đổ thức ăn, chơi đùa với bữa ăn hoặc ăn chậm.

Tôi không bao giờ la hét. Tôi không bao giờ ép chúng ăn.

Bởi vì tôi biết, vũ lực chỉ dạy sự sợ hãi chứ không dạy lòng tự trọng.

Khi người lớn tức giận trên bàn ăn, trẻ em sẽ không học được về dinh dưỡng.

Con chỉ học cách liên hệ thức ăn với căng thẳng và sự kiểm soát.

Và dần dần, bữa ăn trở thành chiến trường thay vì là thời gian gắn kết.

Biết khi nào nên dừng lại: Sức mạnh của giới hạn cá nhân.

Một đứa trẻ không thể ngừng ăn khi đã no, hoặc cần người khác nhắc nhở "ăn hết thức ăn đi", có thể lớn lên và phụ thuộc vào người khác để đưa ra quyết định.

Tôi dạy con mình lắng nghe cơ thể mình.

"Nếu con đã no, con có quyền đặt thìa xuống.

Nhưng hãy nói rõ ràng và tôn trọng."

Học cách dừng lại đúng lúc là một kỹ năng sống cơ bản.

Nó không chỉ áp dụng cho thực phẩm mà còn cho việc chi tiêu, các mối quan hệ và ranh giới cảm xúc.

Bữa cơm gia đình: Trường học đầu tiên về giá trị nhân văn.

Tôi luôn nhấn mạnh vào việc phải ăn chung.

Mọi người ngồi xuống cùng nhau. Không điện thoại. Không đồ chơi.

Với tôi, bàn ăn không chỉ đơn thuần là nơi ăn uống. Đó là không gian nơi chúng ta:

- Học cách lắng nghe
- Chờ đợi nhau
- Xin lỗi khi chúng tôi mắc lỗi

Khi không có bữa ăn chung, thường sẽ không có cuộc trò chuyện có ý nghĩa.

Khi trẻ chỉ ăn trước màn hình, việc dạy trẻ về lòng biết ơn và sự hiện diện sẽ trở nên khó khăn hơn.

Lòng tự trọng về thể chất: Lá chắn đầu tiên chống lại sự xâm hại.

Một bài học tôi đã học được là:

Một đứa trẻ tôn trọng cơ thể của mình ngay từ nhỏ sẽ có nhiều khả năng bảo vệ cơ thể mình hơn sau này.

Mọi chuyện bắt đầu bằng một điều đơn giản:

- Không cho người khác cho ăn khi chúng đã có thể tự ăn
- Không bị ép ăn theo cách khắc nghiệt hoặc thiếu tôn trọng

Những hành động nhỏ này khẳng định:

"Đây là cơ thể của tôi. Và nó xứng đáng được tôn trọng."

Cảm giác sở hữu ban đầu đó trở thành lá chắn chống lại sự thao túng, lạm dụng và sự phụ thuộc về mặt cảm xúc.

Lưu ý cho phụ huynh: Dạy con bằng thìa là đủ.

Chúng ta không cần phải giảng giải cho con cái mình về tính tự giác, danh dự hay sự độc lập.

Chúng ta chỉ cần dạy chúng thông qua chiếc thìa:

- Làm thế nào để giữ nó
- Làm thế nào để nhặt nó lên khi nó rơi
- Cách ăn uống cẩn thận
- Làm thế nào để dừng lại khi đến lúc

Những hành động nhỏ này, được lặp lại với tình yêu thương mỗi ngày, chính là gốc rễ của một tính cách mạnh mẽ.

Thìa đầu tiên phản ánh tương lai của một đứa trẻ.

Trẻ em lớn lên có khả năng tự chăm sóc bản thân, ăn uống có ý thức và lòng tự trọng sẽ tự nhiên phát triển:

- Sự tự tin trong suy nghĩ
- Kỷ luật trong hành vi
- Sự rõ ràng trong ranh giới cá nhân

"Con không cần phải nói được mọi thứ tiếng, nhưng con phải biết cách lắng nghe cơ thể mình.

Con không cần phải là thiên tài, nhưng con phải biết cách chăm sóc bản thân trước khi chăm sóc bất kỳ ai khác."

Đó là điều tôi dạy con mình mỗi ngày, bắt đầu từ thìa đầu tiên.

CHƯƠNG III

NUÔI DẠY CON CÁI TỰ DO VÀ CÓ TRÁCH NHIỆM

1. Tự do không phải là làm bất cứ điều gì bạn muốn.

Tôi thường nói với con tôi:

"Tự do không có nghĩa là muốn làm gì thì làm.

Tự do có nghĩa là biết mình muốn gì và chịu trách nhiệm về điều đó."

Đó là một bài học khó học.

Thanh thiếu niên đôi khi nhầm lẫn sự nổi loạn với sự tự do.

Chúng phản đối các quy tắc nhưng thường lạc lối khi ranh giới biến mất.

Tôi đã thấy nhiều người trẻ đòi hỏi quyền được tự đưa ra lựa chọn của mình, nhưng lại đổ lỗi cho người khác khi mọi việc không như ý.

Nhưng khi trẻ lớn lên, cha mẹ không thể che chở chúng nữa.

Nếu trẻ đủ lớn để đưa ra lựa chọn, trẻ cũng phải sẵn sàng chấp nhận hậu quả.

Đó là lý do tại sao tôi dạy con mình suy nghĩ thấu đáo về kết quả của hành động của mình.

Không phải vì sợ hãi mà vì trách nhiệm.

Tự do thực sự không phải là làm bất cứ điều gì con muốn.

Vấn đề là con phải chịu trách nhiệm về lựa chọn của mình và những gì xảy ra sau đó.

Tôi không kỷ luật bằng sự tức giận.

Tôi đặt câu hỏi. Tôi lắng nghe. Tôi giúp con suy ngẫm và tự sửa lỗi.

Thông qua những cuộc trò chuyện đơn giản và đều đặn, tôi đã chứng kiến sự trưởng thành của các con.

Con ngừng phản ứng bốc đồng. Con bắt đầu dừng lại và suy nghĩ.

Tôi tin rằng tự do và kỷ luật không đối lập nhau.

Chúng là hai mặt của sức mạnh bên trong.

2. Điều chỉnh cảm xúc là khởi đầu của sự trưởng thành.

Tuổi vị thành niên mang đến những cơn bão cảm xúc, nhưng không phải tất cả thanh thiếu niên đều thể hiện chúng bằng sự bộc phát hoặc nổi loạn.

Ví dụ, con gái tôi luôn bình tĩnh.

Các con chưa bao giờ la hét hay cãi vã với tôi.

Khi bất đồng quan điểm, con im lặng, suy nghĩ và chờ thời điểm thích hợp để nói rõ ràng.

Ngay cả đứa con trai út của tôi, hay nhõng nhẽo và đôi khi lì lợm, cũng chưa bao giờ tỏ ra bất kính.

Điều đó cho tôi biết một điều:

Con tôi đã học được cách quản lý cảm xúc và tôn trọng người khác, ngay cả khi bất đồng quan điểm.

Nhưng sự bình yên bên ngoài không phải lúc nào cũng có nghĩa là sự bình yên bên trong.

Là một người mẹ, tôi biết rằng các con vẫn có thể cảm thấy buồn bã hoặc bối rối, ngay cả khi con không biểu hiện ra ngoài.

Vì vậy, tôi không ép con phải nói.

Tôi không thẩm vấn.

Tôi chỉ nhắc lại một thông điệp, hết lần này đến lần khác:

"Nếu con cần giúp đỡ bất cứ điều gì, hãy cho mẹ biết. Dù con muốn làm gì, mẹ cũng sẽ luôn ủng hộ con."

Không áp lực. Không do dự.

Chỉ cần sự hiện diện lặng lẽ và tin tưởng, để con biết:

Tôi không can thiệp vào cuộc sống của con nhưng tôi luôn ở đây.

Con chia sẻ, không phải vì con bị ép buộc, mà vì con biết rằng, trên thế giới này,

Mẹ là nơi an toàn nhất để con được là chính mình.

3. Sự trung thực, từ suy nghĩ đến hành động.

Thanh thiếu niên thường phải lựa chọn giữa sự thật và lòng trung thành, giữa việc làm điều đúng đắn và bảo vệ tình bạn.

Ví dụ, khi một đứa trẻ thấy bạn mình làm điều gì đó sai, chúng có thể im lặng nhưng vẫn cảm thấy mâu thuẫn bên trong.

Điều quan trọng trong những khoảnh khắc này không phải là việc cha mẹ đòi hỏi sự trung thực.

Chúng ta phải giúp trẻ hiểu được cảm xúc của mình.

Cảm giác tội lỗi, bối rối, xấu hổ không phải là dấu hiệu của sự yếu đuối.

Chúng là dấu hiệu của một lương tâm sống động.

Tôi nói với các con tôi:

"Trung thực không có nghĩa là nói ra mọi thứ.

Điều đó có nghĩa là không phản bội lại cảm nhận đúng sai của con.

Đôi khi, im lặng cũng có thể là một lựa chọn trung thực, nếu con hiểu tại sao mình chọn nó."

Trẻ em cần được hỗ trợ để hiểu rằng trung thực không có nghĩa là vạch trần người khác.

Đó là việc sống thật với chính mình.

Đó là sự nhất quán giữa suy nghĩ, lời nói và hành động.

4. Điểm thi không quyết định giá trị của con.

Nhiều bậc phụ huynh yêu thương con cái quá chú trọng vào điểm số.

Kỳ thi trở thành áp lực.

Nhưng điểm số cao không đảm bảo tính cách.

Họ không dạy tính kiên cường hoặc giúp trẻ em tìm thấy điều chúng thực sự yêu thích.

Tôi không bao giờ gây áp lực cho con cái về điểm số.

Thay vì hỏi "Con được bao nhiêu điểm?", tôi hỏi:

- Con có hiểu bài học không?
- Con thích phần nào nhất?
- Con có thể liên hệ chủ đề này với cuộc sống thực không?

Tôi khuyến khích con học để hiểu biết, để trưởng thành và vì chính bản thân con.

Không phải để cạnh tranh.

Một đứa trẻ có thể không bao giờ đứng đầu lớp, nhưng vẫn có thể lớn lên thành người chu đáo, giàu lòng trắc ẩn và có trách nhiệm.

Và với tôi, đó chính là thành công thực sự.

5. Tự do có nghĩa là biết bạn thực sự muốn gì.

Qua nhiều năm, tôi đã nhận ra:

Mục tiêu sâu xa nhất của giáo dục không phải là sự vâng lời.

Đó là sự tự nhận thức.

Phần khó khăn nhất của cuộc hành trình đó không phải là sự thách thức mà là sự bối rối.

Hầu hết trẻ em không thực sự biết mình muốn gì.

Chúng bị bao quanh bởi nhiều thứ: kỳ vọng của gia đình, áp lực từ bạn bè, mạng xã hội, người có sức ảnh hưởng.

Nếu con thiếu sự sáng suốt bên trong, con sẽ bắt đầu nhầm lẫn giấc mơ của người khác với giấc mơ của mình.

Và khi con sống theo những ham muốn vay mượn, con sẽ cảm thấy lạc lõng.

Đó là lý do tại sao tôi dạy con tôi:

"Tự do không phải là muốn làm gì thì làm.

Đó là biết mình muốn gì và chịu hoàn toàn trách nhiệm về điều đó."

Không ai có thể vạch ra cuộc đời thay con.

Nhưng mẹ có thể giúp con:

- Hãy lắng nghe tiếng nói bên trong của con
- Phân biệt giữa mong muốn thực sự và cảm xúc nhất thời

- Hãy tự hỏi bản thân và thế giới xung quanh con

Tôi không muốn con chạy theo ý tưởng thành công của xã hội.

Tôi muốn con sống có mục đích, có đủ sức mạnh để tự đưa ra lựa chọn và chịu trách nhiệm về kết quả.

Một đứa trẻ biết mình muốn gì chưa chắc đã là đứa trẻ tốt nhất.

Nhưng chúng là những người khó bị thao túng nhất.

Một ví dụ thực tế: Lựa chọn khóa học của Ghini

Một ngày nọ, khi con trai tôi là Ghini đang học lớp 10 tại trường nội trú Canada, cháu đến gặp tôi với vẻ mặt không chắc chắn.

"Mẹ ơi, con phải chọn khóa học cho năm sau, nhưng con không biết nên chọn gì."

"Con cần chọn bao nhiêu khoá?"

"Sáu đến tám. Tối thiểu sáu."

"Con giỏi môn nào nhất?"

"Toán học."

"Vậy thì bắt đầu từ đó. Chọn tất cả các lớp toán mà con có thể."

"Ba lớp Toán rồi. Con vẫn cần thêm nữa…"

"Con thích môn gì?"

"Thành thật mà nói… con chẳng thích học môn gì cả."

"Vậy hãy chọn những môn dễ nhất trong khi con tìm hiểu mọi thứ."

Ghini hỏi liệu con có thể chọn Nghệ thuật được không.

"Màu nước hay sơn dầu, cái nào dễ hơn?"

"Sơn dầu," tôi nói. "Con có thể vẽ bất cứ thứ gì và gọi nó là trừu tượng."

Chúng tôi cười.

"Lấy tiếng Anh, năm rồi. Năm nay con đã học lớp Gỗ rồi phải không? Tiếp theo là lớp Điêu khắc Gỗ. Chỉ cần làm một cái gì đó lớn hơn, đặt cho nó một cái tên thật hay, là xong."

"Mẹ đúng là thiên tài."

Ngày hôm đó, Ghini đăng ký ba lớp toán, tiếng Anh, hội họa sơn dầu và điêu khắc gỗ.

Con thấy nhẹ nhõm hơn và kiểm soát được mọi việc tốt hơn.

Vấn đề không chỉ nằm ở việc lựa chọn khóa học.

Đó là bài học về cách xử lý sự không chắc chắn.

Khi bạn không biết chính xác mình muốn gì, lựa chọn khôn ngoan nhất là hãy tiếp tục hành động, nhẹ nhàng và khôn ngoan, cho đến khi sự sáng tỏ tìm đến bạn.

Tôi nói với con:

"Con không cần phải giải quyết mọi thứ ngay hôm nay.

Chọn những gì có thể quản lý được.

Và khi đam mê tìm đến con, hãy cống hiến hết mình cho nó."

6. Không có hạnh phúc thực sự khi sống một cuộc sống giả tạo.

Tôi đã từng hỏi một người bạn thành đạt: "Bạn có hạnh phúc không?"

Ông trả lời: "Tôi không biết. Tôi chưa bao giờ thực sự sống theo cách tôi muốn."

Câu trả lời đó vẫn ở lại với tôi trong nhiều năm.

Điều đó khiến tôi tự hỏi:

Những điều chúng ta dạy con cái về thành công, đạo đức và nỗ lực có thực sự hướng chúng tới hạnh phúc không?

Hay chúng ta chỉ đơn giản là huấn luyện chúng để làm tốt trong khi không còn kết nối với chính mình nữa?

Sống chân thật là hình thức trung thực sâu sắc nhất và là hành động dũng cảm vĩ đại nhất.

Nếu một đứa trẻ phải đeo mặt nạ mỗi ngày để làm hài lòng người khác, để tỏ ra thành công hoặc hạnh phúc,

Trong khi che giấu danh tính thực sự, nhu cầu và mong muốn của mình,

Khi đó cuộc sống đó không còn là của chúng nữa.

Tôi không cần con mình phải là quan chức, tỷ phú hay thần đồng.

Tôi chỉ muốn con sống một cuộc sống bình yên, làm công việc họ yêu thích.

Bởi vì khi bạn làm điều mình yêu thích, ngay cả công việc khó khăn cũng trở nên thú vị.

Sống đúng với chính mình không phải là ích kỷ.

Đó là cách duy nhất để yêu thương người khác một cách chân thành và cống hiến cho thế giới một cách có ý nghĩa.

7. Dạy con bạn thể hiện bản thân một cách trung thực.

Sự trung thực không chỉ là không nói dối.

Vấn đề là phải có can đảm để thể hiện con người thật của mình, ngay cả khi bạn bị hiểu lầm.

Khi trẻ lớn lên, áp lực phải hòa nhập cũng tăng theo.

Chúng có thể bắt đầu che giấu một số phần của bản thân để được chấp nhận.

Chúng thu hẹp, làm mềm hoặc làm mất đi tính độc đáo của chúng.

Tôi nói với các con tôi:

"Con không cần phải là người ấn tượng nhất. Đừng phản bội chính mình."

Việc thể hiện bản thân một cách trung thực không có nghĩa là nói ra mọi thứ.

Điều đó có nghĩa là biết suy nghĩ, cảm xúc và ranh giới của mình và truyền đạt chúng một cách cẩn thận.

Ví dụ, nếu con không còn cảm thấy gắn bó với một nhóm bạn nữa, con không cần phải giả vờ. con có thể lùi lại một cách lặng lẽ và tôn trọng, đồng thời vẫn trung thực với chính mình.

Tôi thường nhắc nhở các con:

Sự trung thực thực sự không phải lúc nào cũng thể hiện bằng lời nói.

Đó là sự cân bằng giữa thế giới bên trong và cách con sống.

Khi con sống đúng với con người thật của mình, con sẽ tự nhiên thu hút những người thực sự thuộc về cuộc sống của con.

Không phải vì con giả vờ là ai, mà vì con là ai.

8. Khi con bạn bị ngã – Đừng vội vàng che chắn cho con.

Trẻ em không thể lớn lên mà không gặp phải khó khăn.

Và không phải sự vấp ngã định nghĩa con, mà là cách con đứng lên.

Là một bà mẹ đơn thân, tôi có bản năng bảo vệ con mình khỏi mọi cơn bão.

Nhưng tôi đã học được rằng, tình yêu thực sự không phải lúc nào cũng có nghĩa là bảo vệ.

Đôi khi, tình yêu có nghĩa là tin tưởng.

Điều này có nghĩa là lùi lại để trẻ có thể học cách tự chăm sóc bản thân.

"Nếu một ngày nào đó con thấy mình đơn độc trong cơn bão, hãy nhớ rằng, mẹ chưa bao giờ rời đi. Nhưng mẹ sẽ không cầm ô mãi mãi. Bởi vì mẹ tin rằng con đủ mạnh mẽ để tìm ra con đường của mình."

9. Tình yêu không có nghĩa là gắn bó.

Trước khi con tôi có thể yêu thương người khác, tôi dạy chúng biết yêu thương chính bản thân mình.

Cơ thể và tâm hồn của con là thiêng liêng.

Con phải được nuôi dưỡng, bình an và viên mãn; chỉ khi đó con mới có thể trao đi tình yêu chân thật và lâu dài.

Tôi không yêu cầu con phải hy sinh bản thân.

Tôi dạy chúng cách lắng nghe cảm xúc của mình, chăm sóc sức khỏe, bảo vệ ranh giới của mình và biết nói "không" khi cần thiết.

Bởi vì những người không thể yêu chính mình một ngày nào đó sẽ trao trái tim mình cho những người không xứng đáng.

Khi con hiểu được cách yêu bản thân, tôi dạy con cách yêu gia đình, những người đã sát cánh bên con ngay từ đầu, những người yêu thương con mà không đòi hỏi bất cứ điều gì đáp lại.

Gia đình là nơi đầu tiên chúng ta học cách cho đi, tha thứ và ở lại, ngay cả khi cuộc sống không hoàn hảo.

Chỉ sau khi xây dựng được những nền tảng này, con mới có thể bắt đầu hiểu được tình yêu lãng mạn.

> "Tình yêu đích thực không phải là bám víu vào ai đó. Đó là việc giữ vững bản thân trong khi vẫn yêu thương họ."

Nhiều người nhầm lẫn giữa sự gắn bó với lòng trung thành, hoặc sự phụ thuộc với chiều sâu.

Nhưng tình yêu thực sự bắt nguồn từ sự tự do bên trong.

Đó là việc cùng nhau phát triển chứ không phải đánh mất chính mình vì người khác.

Một đứa trẻ thực sự học cách yêu thương khi chúng biết cách duy trì tình yêu trọn vẹn.

10. Khi tình yêu trở nên tồi tệ: Dạy con biết phân biệt thật giả.

Tôi đã yêu nhầm người.

Tôi đã tin vào những lời hứa không bao giờ có ý định thực hiện.

Tôi nghĩ rằng sự hy sinh đó sẽ giúp tôi nhận được tình yêu.

Nhưng tình yêu đích thực không cần phải trải qua đau khổ.

Tôi đã học được điều này một cách khó khăn.

Đó là lý do tại sao tôi muốn con gái tôi hiểu được điều đó mà không cần phải khóc trước.

Mặc dù con chưa nói về chuyện hẹn hò, con đang tập trung vào việc học nên tôi vẫn chia sẻ kinh nghiệm của mình.

Vì vậy, một ngày nào đó, khi con cần đến, con sẽ có được sự khôn ngoan này.

Tôi không dạy con cách "giữ" ai đó.

Tôi dạy con cách quan sát.

Bởi vì tình yêu thực sự không nằm ở lời nói hay món quà họ tặng.

Đó là cách họ đối xử với bạn khi bạn yếu đuối, mệt mỏi hoặc không có gì để cống hiến.

"Đừng đánh giá bằng cách họ đến, hãy xem cách họ rời đi. Đừng nghe những lời hứa hẹn, hãy nhìn vào hành vi của họ khi bạn không còn gì để cho đi nữa."

Tôi dạy con tôi nhận ra lòng tốt thầm lặng:

Kiểu người không đòi hỏi gì cả.

Sự tôn trọng ranh giới.

Lòng trung thành vẫn còn ngay cả khi bạn không còn là chính mình.

"Tình yêu giả tạo luôn đòi hỏi.

Tình yêu đích thực luôn bên cạnh con.

Và chỉ khi con thực sự yêu bản thân mình, con mới có thể nhận ra sự khác biệt."

11. Đừng trao trái tim con cho người chỉ nhìn thấy giá trị của con.

Trong thế giới ngày nay, sự quyến rũ có thể che giấu sự ích kỷ.

Lòng hào phóng có thể che giấu sự thao túng.

Tôi dạy con tôi:

Đừng đánh giá ai đó qua tiền bạc của họ.

Đánh giá họ qua tính cách và đạo đức nghề nghiệp của họ.

Tôi không dạy con gái mình có thể kết hôn với người nghèo, vì nghèo đói hiếm khi chỉ là xui xẻo.

Điều này thường là kết quả của sự lười biếng hoặc lựa chọn sai lầm.

Một người đàn ông có chính trực, tầm nhìn và ý chí mạnh mẽ sẽ không nghèo lâu.

Nhưng một người đàn ông vẫn nghèo khi trưởng thành có thể là do thiếu nỗ lực hoặc định hướng.

"Con không cần phải chọn một người giàu có. Hãy chọn một người tự lập và sống có nguyên tắc."

Và đừng chỉ nhìn vào cách người khác đối xử với *con* .

Hãy xem cách họ đối xử với người dọn dẹp, người phục vụ, người gác cổng.

"Cách một người cư xử tại bàn ăn và cách họ nói chuyện với người phục vụ họ chính là cách con biết được con người thật của họ."

Việc lựa chọn bạn đời không bao giờ được thực hiện một cách mù quáng.

Hãy tự hỏi bản thân:

- Ai sẽ sát cánh cùng con trong cơn bão?
- Và ai sẽ biến mất khi mọi chuyện trở nên khó khăn?

12. Một người đàn ông tốt không cần phải giàu có.

Tôi chưa bao giờ nói với con trai mình rằng nó phải trở thành một người đàn ông "thành đạt" theo tiêu chuẩn của xã hội.

Nhưng tôi luôn dạy con trở thành một người đàn ông tử tế.

Điều đó không liên quan gì đến tiền.

Bạn có thể ở mức trung bình, nhưng bạn phải có trách nhiệm, tôn trọng và chu đáo.

Tôi bắt đầu với những điều nhỏ nhặt:

Dạy con tự giặt vớ và đồ lót,

Gấp chăn của con,

Và đừng bao giờ mong đợi người khác phục vụ mình những việc mình có thể tự làm.

Những thói quen này là gốc rễ của lòng tự trọng,

Những yếu tố tạo nên một con người độc lập và chu đáo.

Tôi dạy con phải cảm ơn người phục vụ, nhường chỗ cho người lớn tuổi, xin lỗi khi sai,

Và đối xử với mọi người một cách tôn trọng, đặc biệt là những người kém may mắn.

"Con không cần phải giỏi hơn bất kỳ ai, hay giàu có hơn, nhưng đừng bao giờ sống dưới chuẩn mực đạo đức của một người đàn ông đích thực."

Chúng ta nói về việc điều chỉnh cảm xúc, giữ lời hứa và chấp nhận trách nhiệm.

Bởi vì dù một người có giàu có đến đâu, nếu họ thất hứa hoặc trốn tránh trách nhiệm thì họ không đáng tin cậy.

Tôi không cần con trai mình phải quyền lực. Tôi cần con phải đáng tin cậy, một người khiến người khác cảm thấy an toàn, một người được tôn trọng nhờ sự hiện diện chứ không phải địa vị.

13. Hãy kết hôn với người thực sự phù hợp, không chỉ vì địa vị.

"Khi chọn bạn đời, hãy tìm kiếm sự tương hợp thực sự.

Không phải ở sự giàu có hay địa vị, mà ở các giá trị, tính cách và thế giới quan."

Nếu con tốt bụng, chăm chỉ và chu đáo, con sẽ không thể phát triển cùng một người lười biếng, ích kỷ hoặc vô ơn.

Nếu con lớn lên trong một gia đình yêu thương, con sẽ khó có thể sống chung với một người được nuôi dạy trong nỗi sợ hãi, sự kiểm soát hoặc sự thiếu vắng tình cảm.

"Những khác biệt về hoàn cảnh có thể được thu hẹp lại. Nhưng sự khác biệt về suy nghĩ và tính cách không thể được giải quyết bằng tình yêu."

Tôi không bảo con gái mình phải lấy chồng giàu, nhưng tôi khuyên chúng nên chọn người có khả năng chăm sóc gia đình.

Con không thể kết hôn với một người không có tham vọng hay kỹ năng và mong đợi sẽ tự mình gánh vác mọi thứ vì tình yêu.

Đó không phải là tình yêu, đó là gánh nặng được ngụy trang dưới dạng lãng mạn.

Tôi hướng dẫn con tìm kiếm sự tương thích thực sự:

- Con có thể có những cuộc trò chuyện sâu sắc không?
- Chia sẻ trách nhiệm?
- Cười trong những khoảnh khắc yên tĩnh?

- Giải quyết xung đột mà không tàn ác?

Hôn nhân không chỉ là giữa hai người,

Đó là sự hợp nhất của các gia đình và hệ thống giá trị.

Hãy lựa chọn một cách khôn ngoan.

Bởi vì nếu con chọn sai, không chỉ người bạn đời gây ra đau khổ, mà toàn bộ hệ thống đi kèm với chúng.

14. Dạy con bạn có trách nhiệm, đặc biệt là với cha mẹ của chúng.

Tôi không dạy con cái mình phải trả ơn tôi bằng tiền.

Tôi dạy chúng cách quan tâm chân thành thông qua những cử chỉ hàng ngày.

"Hiếu thảo không có nghĩa là tặng quà đắt tiền.

Mà là không làm trân trọng mẹ."

Tôi không cần lễ ăn mừng lớn.

Điều tôi trân trọng là:

- Một tin nhắn hỏi thăm tôi thế nào
- Một cái ôm khi tôi nhìn xuống

- Một cái nhìn quan tâm khi tôi có vẻ mệt mỏi

Khi chúng còn nhỏ, tôi đã dạy chúng:

- Hãy cho mẹ biết khi con đến nơi an toàn
- Hãy chào khi con về nhà
- Lưu ý nếu mẹ im lặng
- Xin lỗi khi con sai

Không phải vì tôi yếu đuối,

Nhưng vì tôi muốn con nhìn nhận tôi như một con người.

Một người xứng đáng được tôn trọng và dịu dàng.

Tôi chưa bao giờ giả vờ mình là một người mẹ hoàn hảo.

Tôi để con thấy tôi khóc, vấp ngã và nghỉ ngơi, để con có thể hiểu rằng tình yêu có nghĩa là nhìn nhận nhau một cách trọn vẹn.

Khi con nhìn thấy tôi như một con người, con tự nhiên cảm thấy có trách nhiệm với tôi, không phải vì nghĩa vụ mà là vì tình yêu thương.

Tôi cũng dạy con trai tôi phải giữ liên lạc với cha, ngay cả khi chúng tôi không sống cùng nhau.

Để nhớ ngày sinh nhật, hãy gọi điện thay vì im lặng.

Bởi vì sự tôn trọng thực sự đối với nguồn cội của con vẫn luôn tồn tại, bất kể cuộc sống đưa con đến đâu.

15. Tự do có nghĩa là sống không nợ nần.

Một trong những điều đầu tiên tôi dạy con mình:

Đừng sống trong nợ nần.

Đừng tiêu những gì con không có.

Đừng vay mượn ngày hôm nay của ngày mai.

Bởi vì một khi con nợ, dù là tiền bạc, tình yêu hay ân huệ, con không còn tự do nữa.

Tôi đã thấy nhiều người trẻ đăng ảnh xa xỉ trực tuyến, mặc đồ hiệu, ăn những bữa ăn xa hoa và đi du lịch vòng quanh thế giới. Nhưng đằng sau màn ảnh, họ đang chìm trong nợ nần.

Họ sợ bị lộ.

Và trong quá trình đó, họ mất đi lòng tự trọng.

"Tự do không phải là số tiền bạn kiếm được. Vấn đề là không cần đến người khác để tồn tại. Đừng tiêu tiền vay mượn để duy trì một cuộc sống không phải của mình."

Tôi dạy con mình cách lập ngân sách ngay từ khi còn là học sinh.

Để tách biệt nhu cầu với mong muốn.

Không nên mua sắm theo cảm xúc.

Và quan trọng nhất là đừng bao giờ mua tình yêu bằng tiền.

Bởi vì tình yêu mua bằng tiền bạc sẽ tan biến ngay khi ví bạn trống rỗng.

Tôi không phản đối sự giàu có.

Nhưng tôi tin rằng:

Giàu có mà lệ thuộc thì vẫn là nghèo đói.

Sự đơn giản với tính tự chủ, tức là phẩm giá.

"Lòng tự trọng bắt đầu khi con ngừng vay mượn lòng tin của người khác.

Và tự do bắt đầu khi con không nợ bất kỳ ai, kể cả chính con."

CHƯƠNG IV

VẤP NGÃ ĐỂ HỌC CÁCH ĐỨNG LÊN

1. Khi con bạn bị ngã, đừng vội vàng bế con lên.

Bản năng của cha mẹ là bảo vệ, đặc biệt là khi con bị điểm kém, bị trêu chọc, hoặc vấp ngã trong cuộc sống. Nhưng trong những khoảnh khắc đó, điều con cần nhất không phải là sự giải cứu, mà là niềm tin thầm lặng của cha mẹ rằng con có thể tự mình vượt qua.

Tâm lý học phát triển cho thấy rằng ở độ tuổi từ sáu đến mười hai, trẻ em bắt đầu hình thành ý thức về năng lực cá nhân, niềm tin "Tôi có thể làm được điều này".

Nếu cha mẹ can thiệp quá mức, trẻ sẽ trở nên phụ thuộc và mất niềm tin vào khả năng của mình.

Những gì cha mẹ có thể làm:

- Khi con bạn gặp khó khăn, hãy hỏi: "Con muốn mẹ quan sát trong lúc con cố gắng hay muốn mẹ giúp?"
- Sau khi gặp thất bại, hãy tránh nói: "Không sao, lần sau sẽ làm lại". Thay vào đó, hãy hỏi: "Lần sau con có thể thử làm gì khác không?"

- Chia sẻ những câu chuyện thất bại của riêng bạn và cách bạn vượt qua chúng.

Tôi sẽ không bao giờ quên khoảnh khắc tôi theo bản năng đẩy con gái ra khi con bé nôn. Phản ứng của tôi không khớp với trái tim, và tôi vô cùng hối hận. Ký ức đau đớn ấy dạy tôi rằng việc ôm con vào lòng không chỉ là bản năng, mà còn là một lựa chọn cần phải rèn luyện.

2. Giúp trẻ học hỏi từ thất bại, không phải từ sợ hãi.

Nỗi sợ thất bại thường bắt nguồn từ nỗi sợ bị từ chối, điều mà các nhà tâm lý học gọi là nỗi sợ xấu hổ. Trẻ em trở nên sợ phạm sai lầm khi những sai lầm đó bị trừng phạt, chế giễu hoặc so sánh.

Theo thời gian, điều này khiến con tin rằng: "Nếu tôi thất bại, tôi không đủ giỏi." Con ngừng chấp nhận rủi ro, né tránh thử thách và gặp khó khăn trong việc sáng tạo.

Những gì cha mẹ có thể làm:

- Hãy hỏi: "Con học được gì từ việc này?" thay vì "Tại sao con lại làm tệ như vậy?"
- Ghi nhận nỗ lực: "Con đã làm việc chăm chỉ. Mọi việc không diễn ra như mong đợi, nhưng mẹ tự hào vì con đã không bỏ cuộc."
- Khuyến khích suy ngẫm: "Nếu có thể làm lại, con sẽ làm gì khác đi?"

Bạn không cần phải là một nhà tâm lý học để giúp con mình. Chỉ cần lắng nghe một cách bình tĩnh và kiên trì cũng có thể giúp con nhìn nhận thất bại như một phần của sự trưởng thành, chứ không phải là điều gì đó đáng sợ.

3. Sự phát triển thực sự đến từ việc chịu trách nhiệm.

Trẻ em từ sáu đến chín tuổi bắt đầu hiểu được nguyên nhân và kết quả, đồng thời phát triển ý thức trách nhiệm. Các em sẽ có được lòng tự trọng khi hoàn thành nhiệm vụ và chịu trách nhiệm về hành động của mình.

Nếu cha mẹ luôn đổ lỗi cho giáo viên, bạn bè hoặc hoàn cảnh, trẻ em có thể học cách đổ lỗi thay vì học hỏi từ những sai lầm.

Những gì cha mẹ có thể làm:

- Hãy hỏi: "Con nghĩ mình có thể làm tốt hơn điều gì vào lần tới?" thay vì đổ lỗi cho người khác.
- Bình thường hóa việc mắc lỗi bằng cách chia sẻ câu chuyện của riêng bạn.
- Khen ngợi sự trung thực và trách nhiệm, ngay cả trước khi vấn đề được giải quyết.

Trách nhiệm là nền tảng của tự do. Chỉ khi trẻ hiểu mình đã sai ở đâu, chúng mới có thể bắt đầu lựa chọn sáng suốt hơn trong tương lai.

4. Cho con bạn quyền được sai.

Không đứa trẻ nào lớn lên trọn vẹn mà không mắc sai lầm. Việc vấp ngã mà vẫn cảm thấy được yêu thương chỉ có thể có được trong một môi trường dựa trên sự an toàn và tôn trọng.

Khi trẻ em được phép đưa ra lựa chọn và trải nghiệm thất bại trong ranh giới an toàn, chúng sẽ bắt đầu phát triển khả năng tự điều chỉnh, khả năng phục hồi và tính độc lập.

Những gì cha mẹ có thể làm:

- Cho phép đưa ra những quyết định nhỏ, như mặc gì hoặc thử hoạt động nào.
- Nếu quyết định nào đó dẫn đến sai lầm, hãy ở gần con, nhưng hãy để con tự giải quyết hậu quả trừ khi con yêu cầu giúp đỡ.
- Sau đó hãy nói về trải nghiệm đó: "Tại sao con lại chọn điều đó? Con đã học được gì?"

Tôn trọng không có nghĩa là luôn đồng ý. Nó có nghĩa là tạo không gian cho con bạn học hỏi thông qua trải nghiệm.

5. Khóc không phải là yếu đuối: Dạy trẻ gọi tên cảm xúc.

Trong tâm lý học cảm xúc, việc gọi tên cảm xúc là điều thiết yếu để điều hòa cảm xúc. Trẻ em không thể bộc lộ nỗi buồn hay sự tức giận thường có những hành vi ứng phó không lành mạnh như nổi cơn thịnh nộ, thu mình, hoặc thậm chí tự làm hại bản thân.

Nhưng khi trẻ em được dạy rằng cảm xúc là điều tự nhiên và an toàn để thể hiện, chúng sẽ lớn lên với lòng trắc ẩn lớn hơn.

Những gì cha mẹ có thể làm:

*   Đặt những câu hỏi khuyến khích sự phản ánh cảm xúc: "Điều gì khiến con vui vẻ hôm nay?" hoặc "Có điều gì khiến con cảm thấy buồn không?"
*   Khi con bạn khóc, tránh nói "Đừng khóc nữa". Thay vào đó, hãy nói "Mẹ thấy con buồn. Con có muốn ôm không?"
*   Khuyến khích viết hoặc vẽ như một công cụ để xử lý cảm xúc.

Một đứa trẻ có thể gọi tên và hiểu được cảm xúc của mình sẽ có nhiều khả năng thể hiện sự đồng cảm hơn, và trí tuệ cảm xúc này có giá trị hơn nhiều so với bất kỳ điểm số học tập nào.

6. Giúp con bạn ngừng sợ bị phán xét.

Khoảng tám tuổi, trẻ em bắt đầu nhận thức rõ hơn về cách người khác nhìn nhận mình. Nếu liên tục bị gán nhãn hoặc chỉ trích, trẻ có thể bắt đầu che giấu con người thật của mình. Một số trẻ em sống khép kín. Những trẻ khác lại trở thành người làm hài lòng người khác, luôn chạy theo sự chấp thuận mà không màng đến tính chân thực.

Những gì cha mẹ có thể làm:

- Tránh sửa lỗi hoặc chỉ trích con trước mặt người khác. Sửa lỗi một cách riêng tư và tôn trọng sẽ hiệu quả hơn.
- Tập trung vào nỗ lực, chứ không phải sự hoàn hảo. Hãy hỏi: "Con đã cố gắng hết sức chưa?" thay vì "Tại sao con không đạt điểm tuyệt đối?"
- Chia sẻ câu chuyện của riêng bạn về việc bị đánh giá sai và cách bạn sống đúng với chính mình.

Khi trẻ biết rằng giá trị của mình không phụ thuộc vào sự chấp thuận, trẻ sẽ tự tin hơn khi thử, thất bại và sống đúng với chính mình.

7. Cha mẹ không hoàn hảo, và con cái cũng vậy.

Cố gắng trở thành cha mẹ hoàn hảo có thể tạo ra một cái bóng nặng nề. Nhưng trẻ em không cần những hình mẫu hoàn hảo. Chúng cần những hình mẫu con người. Chúng cần những bậc cha mẹ biết xin lỗi, biết thừa nhận khi mình sai, biết tiếp tục học hỏi và trưởng thành giống như chúng.

Những gì cha mẹ có thể làm:

- Hãy nói lời xin lỗi khi bạn mất kiên nhẫn hoặc mắc lỗi: "Mẹ xin lỗi vì đã lớn tiếng hôm qua. Lần sau mẹ sẽ làm tốt hơn."
- Thể hiện sự trưởng thành của bạn: "Hôm nay mẹ đã đọc được điều gì đó giúp mẹ hiểu rõ hơn cảm xúc của con."
- Dạy con rằng sự không hoàn hảo không phải là thất bại. Đó là cơ hội để thử lại.

Sự trưởng thành của con bạn không được định nghĩa bằng thành công. Nó được phản ánh qua lòng dũng cảm được là chính mình, cởi mở, không hoàn hảo và không sợ hãi.

CHƯƠNG V

NUÔI DẠY CON CÁI BẰNG TRÍ TUỆ VÀ TÌNH YÊU THƯƠNG

Không ai dạy chúng ta cách làm cha mẹ.

Chúng ta bước vào vai trò thiêng liêng này khi còn thiếu kinh nghiệm, được dẫn dắt bởi bản năng hoặc lặp lại những gì chúng ta học được từ cha mẹ mình, bất kể những bài học đó có hữu ích hay không.

Tuy nhiên, mỗi đứa trẻ đều có một tâm hồn riêng biệt.

Để thực sự hỗ trợ con, cha mẹ cũng phải sẵn sàng phát triển, học hỏi và chữa lành.

Tình yêu là nền tảng.

Nhưng nếu không có sự khôn ngoan, tình yêu có thể biến thành sự kiểm soát, sự hy sinh mù quáng hoặc gánh nặng về mặt cảm xúc.

Nuôi dạy con cái khôn ngoan nghĩa là biết:

- Khi nào nên dạy và khi nào nên lắng nghe
- Khi nào nên hướng dẫn và khi nào nên buông tay
- Khi nào nên cứng rắn và khi nào nên nhẹ nhàng

- Khi nào nên đi bên cạnh và khi nào nên lùi lại

Nuôi dạy con không chỉ là việc phát triển của trẻ.

Đây cũng là hành trình chuyển đổi đối với chúng ta với tư cách là cha mẹ.

1. Nuôi dạy con không phải là hy sinh. Đó là cùng con trưởng thành.

Mọi người thường gọi tôi là một người mẹ dũng cảm.

Họ nói tôi đã "hy sinh tuổi trẻ" vì con cái.

Nghe có vẻ cao quý. Nhưng khi chúng ta coi việc nuôi dạy con cái là sự hy sinh, chúng ta có nguy cơ truyền tải thông điệp sai lệch và tự làm mình kiệt sức.

Những bậc cha mẹ cảm thấy họ đã "từ bỏ mọi thứ" thường trở nên mệt mỏi và oán giận.

Ngay cả khi không nói ra, họ vẫn có thể truyền tải cảm giác tội lỗi:

"Vì con mà mẹ mất mát quá nhiều."

Trẻ em được nuôi dưỡng trong nguồn năng lượng đó có thể cảm thấy có nghĩa vụ phải thành công, không phải vì bản thân chúng, nhưng để trả nợ con chưa bao giờ đồng ý.

Tình yêu lành mạnh bắt nguồn từ sự tự do và tôn trọng lẫn nhau.

Trẻ em học cách yêu thương và tôn trọng bản thân khi quan sát cha mẹ sống trong hòa bình và viên mãn, không kiệt sức hay hối tiếc.

Cha mẹ có thể bắt đầu như thế nào:

- Viết ra năm điều bạn đã học được khi làm cha mẹ
- Dành thời gian mỗi tuần để đọc sách, đi bộ hoặc gặp gỡ bạn bè
- Hãy thành thật nói với con rằng: "Hôm nay mẹ cần nghỉ ngơi. Chúng ta hãy nằm xuống và cùng nghe nhạc nhé."

2. Hãy chữa lành cho bản thân trước khi cố gắng chữa lành cho con bạn.

Nhiều bậc cha mẹ vô tình làm tổn thương con cái. Họ mang trong mình những vết thương từ thời thơ ấu mà chưa bao giờ được chữa lành.

Một người mẹ thường xuyên bị chỉ trích có thể sẽ khó kiên nhẫn.

Một người cha được dạy phải kìm nén cảm xúc có thể mắng con trai mình vì khóc.

Trẻ em học được nhiều hơn từ hành động của chúng ta hơn là lời nói.

Sự bình yên nội tâm của chúng ta chính là mảnh đất nuôi dưỡng sự an toàn về mặt cảm xúc của họ.

Cha mẹ có thể bắt đầu như thế nào:

- Khi bạn cảm thấy bị kích động, hãy dừng lại và tự hỏi: "Điều này đến từ con tôi hay từ quá khứ của chính tôi?"
- Hãy viết nhật ký hoặc thực hành chánh niệm.
- Đọc sách về cách chữa lành đứa trẻ bên trong bạn hoặc tìm kiếm sự hỗ trợ chuyên nghiệp nếu cần

3. Xây dựng sức mạnh nội tâm thay vì kiểm soát con bạn.

Khi một đứa trẻ bị kiểm soát quá mức, chúng có thể trở nên quá ngoan ngoãn và mất đi tiếng nói của mình,

Hoặc họ có thể trở nên nổi loạn để giành lại quyền lực.

Không có kết quả nào là tốt.

Trẻ em cần có quyền tự chủ phù hợp với lứa tuổi.

Chỉ khi được tin tưởng, trẻ mới có thể trở thành những người tự tin và có trách nhiệm.

Cha mẹ có thể bắt đầu như thế nào:

- Hãy để con bạn giúp đưa ra những quyết định ảnh hưởng đến chúng, chẳng hạn như chọn lớp học hoặc trang trí phòng của chúng
- Giao những công việc đơn giản như gấp quần áo, tưới cây hoặc lau bàn
- Khi mắc lỗi, hãy hỏi "Con đã học được gì?" thay vì "Tại sao con lại bất cẩn?"

4. Dạy bằng lời nói, nuôi dạy bằng hành động.

Trẻ em học bằng cách quan sát.

Lời nói không đi kèm hành động sẽ mất đi ý nghĩa.

Khi cha mẹ nói một đằng nhưng sống một nẻo, trẻ em sẽ trở nên hoài nghi hoặc phản ánh những mâu thuẫn đó.

Niềm tin và tính cách phát triển từ tấm gương chứ không phải từ bài giảng.

Cha mẹ có thể bắt đầu như thế nào:

- Xin lỗi khi bạn sai
- Hãy nói lời cảm ơn khi con bạn giúp đỡ
- Thể hiện lòng tốt với mọi người, đặc biệt là những người phục vụ hoặc dễ bị tổn thương

Những hành động nhỏ này sẽ trở thành la bàn nội tâm của con bạn.

5. Tình yêu không có nghĩa là làm tất cả mọi thứ. Nó có nghĩa là trao quyền.

Nhiều bậc cha mẹ làm mọi thứ cho con cái, từ đóng gói đồ đạc, dọn dẹp, chọn quần áo, nghĩ rằng điều đó thể hiện tình yêu thương.

Nhưng lạm dụng có thể tước đi cơ hội học hỏi và tin tưởng vào bản thân của trẻ.

Tình yêu đích thực có nghĩa là giúp trẻ xây dựng kỹ năng của riêng mình,

Vì vậy, họ có thể tự tin đứng thẳng.

Cha mẹ có thể bắt đầu như thế nào:

- Dạy cách tự chăm sóc cơ bản bắt đầu từ tuổi lên bốn
- Khi con bạn gặp khó khăn với bài tập về nhà, hãy hỏi: "Con thấy phần nào khó nhất?" thay vì làm bài thay cho con.
- Hãy để trẻ tự chọn hoạt động cuối tuần hoặc trang phục để trẻ cảm thấy mình được hòa nhập và có khả năng.

6. Dạy tình yêu bằng tấm gương, không phải bằng mệnh lệnh.

Tình yêu không thể bị ép buộc. Nó sẽ lớn lên khi được nuôi dưỡng.

Trẻ em học cách yêu thương bằng cách quan sát cách chúng ta đối xử với người khác.

Con quan sát cách chúng ta thể hiện, cách chúng ta giúp đỡ mà không cần được yêu cầu, cách chúng ta vượt qua khó khăn.

Từ khi học trung học, mỗi mùa hè, tôi đều đưa các con đến thăm các trại trẻ mồ côi và trung tâm dành cho trẻ em khuyết tật, những nơi tôi đã hỗ trợ trong nhiều năm.

Tôi không chỉ muốn nói về lòng trắc ẩn.

Tôi muốn con cảm nhận được điều đó, bằng cách bế những đứa trẻ không có cha mẹ, bằng cách cho những đứa trẻ không thể tự nuôi sống mình ăn, bằng cách coi đau khổ không phải là điều cần tránh mà là điều cần đáp trả bằng lòng tốt.

Tôi hy vọng những khoảnh khắc này sẽ gieo mầm đồng cảm vào trái tim con.

Theo thời gian, con đã làm được nhiều hơn thế.

Một ngày nọ, hai cô con gái sinh đôi của tôi, Lu và Li, đang học năm thứ hai tại Đại học Toronto, nói với tôi rằng,

"Mẹ ơi, từ giờ trở đi, đừng lo cho chúng con nữa. Chúng con sẽ đi làm thêm để trả tiền học phí và tiền thuê nhà. Mẹ cứ tập trung giúp đỡ Ghini nhé."

Trong ba năm, tôi chỉ trả tiền học phí cho con trai tôi.

Con gái tôi tự lo chi phí trong khi theo học một trong những chương trình khó nhất của Canada.

Sau đó, vào năm 2024, Ghini tốt nghiệp trung học và được nhận vào cùng trường đại học UofT. Lu và Li nói,

"Vì bây giờ tất cả chúng con đều học chung một trường, nên hãy để Ghini sống cùng chúng con. Chúng con sẽ trả tiền thuê nhà và giúp nuôi em."

Tôi nói với con, "Chỉ cần các con đừng làm việc quá sức. Việc học vẫn là ưu tiên hàng đầu. Nếu cần gì thì cứ nói mẹ."

Điều khiến tôi cảm động nhất không chỉ là tinh thần trách nhiệm của hai con.

Tôi không ngờ con lại chu đáo đến vậy .

Một buổi tối, Ghini cho tôi xem phòng mới của con. Phòng có cửa sổ lớn, ban công nhìn ra quang cảnh và không gian rộng rãi.

Tôi hỏi: "Tại sao phòng của con lại lớn nhất?"

Ghini trả lời: "Chị Lu chọn cái nhỏ nhất để con có thể học thoải mái hơn."

Lu chính là người chị làm việc chăm chỉ nhất và gánh vác gánh nặng tài chính lớn nhất.

Tuy nhiên, Lu vẫn lặng lẽ chọn không gian nhỏ nhất để em trai mình có thể có được sự thoải mái mà con không có.

Đó không chỉ là lòng tốt.

Đó là sự trưởng thành, hy sinh và tình yêu đích thực, vô điều kiện.

Là một người mẹ, tôi cảm thấy vô cùng hạnh phúc.

Không chỉ vì cả ba đứa con đều vào được trường đại học danh tiếng nhất Canada —mà vì con đã trở thành những con người rộng lượng và giàu lòng trắc ẩn. Vào khoảnh khắc đó, mọi nỗ lực trong nhiều năm đều trở nên xứng đáng.

Tôi không còn nuôi con nữa.

Tôi đang quan sát các con nâng đỡ nhau.

CHƯƠNG VI

LỰA CHỌN MỘT CUỘC SỐNG ĐÁNG SỐNG

1. Trẻ con là để yêu thương, không phải để sở hữu.

Tất cả các bậc cha mẹ đều yêu thương con cái của mình.

Nhưng tình yêu không phải lúc nào cũng được thể hiện đúng cách.

Một số người cố gắng kiểm soát con cái mình vì nghĩ rằng điều đó tốt cho chúng.

Những người khác lại áp đặt những giấc mơ chưa thành hiện thực của họ lên con họ,

Mong đợi con họ thành công ở nơi họ không thành công.

Nhưng con bạn không phải là bản sao của bạn.

Con là những tâm hồn tự do, đến đây để sống theo sự thật của chính mình.

"Con không ở đây để mang lại vinh quang cho cha mẹ mình.

Con không ở đây để tiếp tục dòng máu.

Con ở đây để yêu và được yêu, một cách tự do và trọn vẹn."

Đừng sống để đáp ứng kỳ vọng.

Sống theo giá trị của con.

Hãy là chính mình.

2. Nhân cách quý giá hơn thành công.

Xã hội thường ca ngợi sự giàu có và danh vọng.

Nhưng tôi hy vọng con sẽ học được cách ngưỡng mộ điều gì đó sâu sắc hơn:

Lòng tốt, sự chính trực, lòng biết ơn và lòng trắc ẩn.

Con không cần phải là người giỏi nhất.

Nhưng hãy luôn tử tế.

Con không cần phải kiếm được nhiều tiền nhất.

Nhưng đừng bao giờ gian lận để tiến lên.

Một người có bản lĩnh mạnh mẽ sẽ không bán linh hồn mình vì lợi nhuận.

Con sẽ không im lặng khi tiếng nói của con được cần đến.

"Một ngày nào đó, con sẽ hiểu:

Sống trong sạch và ngay thẳng là món quà tuyệt vời nhất mà mẹ dành tặng cho con."

3. Đừng để tình yêu trở thành một món nợ.

Tình yêu đích thực không đòi hỏi sự đền đáp.

Nó không bao giờ khiến con cảm thấy mình nợ ai điều gì.

Hãy thận trọng với những mối quan hệ mà con cảm thấy cần phải "kiếm được" tình yêu.

Những người thực sự quan tâm sẽ không bao giờ yêu cầu con đánh đổi tự do của mình để lấy tình cảm,

Hoặc từ bỏ sự thật của con để làm họ vui.

Tình yêu nên mang lại cảm giác trưởng thành chứ không phải mất mát.

Nó sẽ mang lại ánh sáng chứ không phải sức nặng.

Tình yêu là cùng nhau lớn lên, chứ không phải là phai nhạt để làm hài lòng người khác.

4. Sự tương hợp nằm ở tính cách, không phải ở sự giàu có.

"Đừng kết hôn vì của cải. Hãy nhìn vào tinh thần của họ.

Đừng kết hôn vì vẻ bề ngoài. Hãy chọn tính cách và sự đồng cảm."

Sự tương thích thực sự không phải là sự phù hợp về địa vị xã hội.

Đó là sự thống nhất về giá trị, văn hóa và thế giới quan.

Người tốt sẽ bị thu hút bởi người tốt.

Người tốt bụng thường đi cùng với người có trách nhiệm.

Bệnh nhân phù hợp với phương pháp nhẹ nhàng.

Nếu con muốn có niềm vui lâu dài,

Hãy chọn một người có khả năng tử tế, không chỉ trong những lúc tốt đẹp,

Nhưng đặc biệt là khi cuộc sống trở nên khó khăn.

5. Chọn công việc khiến con tự hào, không phải làm người khác hạnh phúc.

Đừng chọn nghề nghiệp vì địa vị, tiền bạc hoặc để làm hài lòng cha mẹ.

Hãy chọn nơi mà con có thể là chính mình, không giả vờ, không áp lực.

Thành công không nằm ở chức danh công việc.

Đó là khi thức dậy mỗi sáng và biết rằng công việc của mình có ý nghĩa.

Tìm một con đường đáng để bước đi,

Ngay cả khi không có ai vỗ tay.

Ngay cả khi phải mất nhiều thời gian hơn để xây dựng.

Cuộc sống mà con cảm thấy đúng đắn sẽ tốt hơn cuộc sống chỉ có vẻ đúng đắn.

6. Cuộc sống không nợ nần là nhẹ nhàng và cao quý.

Cuộc sống luôn mang đến những khó khăn.

Nhưng hãy sống trong khả năng của mình.

Đừng vay mượn để gây ấn tượng với người khác.

Đừng tiêu tiền để giữ thể diện.

Người không nợ gì là người tự do nhất.

Thoát khỏi gánh nặng nợ nần.

Thoát khỏi gánh nặng tội lỗi.

Thoát khỏi áp lực phải giả vờ.

Không có nợ tiền.

Không có nợ ân huệ.

Không có nợ tín nhiệm.

Mẹ đã chọn sống theo cách này và mẹ hy vọng con cũng vậy.

Sống với sự thật.

Sống độc lập.

Và đừng mang theo gánh nặng nào khiến con xa rời chính mình.

PHẦN KẾT LUẬN

(Dành cho các bậc phụ huynh đã đọc đến trang cuối cùng)

Cha mẹ nào cũng mong con mình lớn lên thành người tốt. Nhưng chúng ta thường quên rằng con trẻ không chỉ trưởng thành qua bài học. Chúng lớn lên nhờ quan sát cách chúng ta sống. Cách chúng ta nói, cách chúng ta phản ứng, cách chúng ta yêu thương - đó chính là những bài học đích thực định hình nên trái tim chúng.

Tôi viết cuốn sách này không phải để dạy dỗ. Tôi viết nó để suy ngẫm. Để chia sẻ những gì tôi đã trải qua, những sai lầm tôi đã mắc phải, và những cách tôi đã cố gắng sửa chữa chúng. Tôi viết nó để trân trọng hành trình chứng kiến ba đứa con mình trưởng thành qua nỗi cô đơn, nỗ lực, tình yêu thương, và những đêm dài đầy nước mắt.

Một số bài học sâu sắc nhất chỉ đến sau khi tôi đã gây ra đau khổ. Một số lỗi lầm của tôi đã được các con tha thứ trước khi tôi kịp nói lời xin lỗi. Chính sự ân cần ấy, sức mạnh thầm lặng ấy trong các con, đã truyền cảm hứng cho tôi trưởng thành.

Cuốn sách này là lời hứa tôi tự hứa với chính mình. Lời hứa với mẹ, mỗi ngày một ý thức hơn, cảm thông hơn, và ít hối tiếc hơn. Tôi biết mình không thể hoàn hảo. Nhưng tôi có thể chọn hiện diện. Tôi có thể chọn trưởng thành cùng con.

Nếu bạn là cha mẹ, tôi mời bạn bắt đầu từ chính mình. Bạn không cần phải có tất cả câu trả lời. Bạn chỉ cần yêu thương đủ nhiều, hiểu đủ nhiều, và đủ can đảm để cùng con bước trên con đường này.

Nuôi dạy con cái là một hành trình. Nhưng nuôi dạy bản thân để nuôi dạy con cái mới là hành trình sâu sắc nhất.

Cảm ơn bạn đã cùng tôi đi đến trang cuối cùng.

— Lương Hoàng Anh

www.ingramcontent.com/pod-product-compliance
Lightning Source LLC
Chambersburg PA
CBHW040847120626
46547CB00001B/63